கண்ணம்மா "நேரில் வந்துவிடாதே" நிறைய காதல் எஞ்சியுள்ளது

மதி

aelay
publish

கண்ணம்மா "நேரில் வந்துவிடாதே"
நிறைய காதல் எஞ்சியுள்ளது
கவிதை தொகுப்பு
ஆசிரியர் : மதி©
முதல் பதிப்பு : நவம்பர் 2023
ஏலே பதிப்பகம்
5/175, பாத்திமா நகர், கூத்தென்குழி,
திருநெல்வேலி - 627104
தொடர்புக்கு : +91 9944992571

Kannamma "Neril vanthu vidathey " niraya kadhal enjiyulladhu

Poetry
by - Mathi ©
First Edition : 2023

ISBN : 978-81-19332-14-4
Aelay Publish
Contact : +91 9944992571
Designed by : Aelay publish team

வரிகளுக்கு பின்னால்......

இந்த மாதம் அந்த மாதம் என்று இரண்டு வருடங்களாக கண்ணாமூச்சி ஆடிக்கொண்டிருந்த என் முதல் கவிதை தொகுப்பு ஒரு வழியாக வந்துவிட்டது.
முதன் முதலில் பள்ளி பருவத்தில் கவிதை அல்லது கவிதை போன்று ஏதோ எழுதினேன்; யாரிடமும் காட்டியதில்லை.
கல்லூரியில் ஓராண்டு முடிவடையும் நேரத்தில் நான் எழுதியதை பார்த்து என் நெருங்கிய இரு நண்பர்கள் நல்லா எழுதுறியே கவிதைலாம் என சொன்னபோது நானும் கவிஞன் ஆகிவிட்டேன் என்று ஒரு உற்சாகத்தோடு எழுதத் தொடங்கியதே இந்த பயணம்.
அன்றிலிருந்து நான் எழுதியதை எல்லாம் சேகரித்து அதை தொகுத்து வந்ததே இத்தொகுப்பு
" **கண்ணம்மா நேரில் வந்துவிடாதே நிறைய காதல் எஞ்சியுள்ளது**"
இத்தொகுப்பை தொகுக்க உதவிய இரு நல்லுள்ளங்களுக்கு மிக்க நன்றி, மேலும் எனக்கு இவ்வளவு தூரம் ஆதரவளித்த எனது கல்லூரி நண்பர்களுக்கும் படவரியில்(instagram) என்னை பின்தொடரும் நண்பர்களுக்கும் நன்றியும் பேரன்புகளும்
அம்மாவுக்கும் அண்ணனுக்கும் நன்றி

தமிழின் துணையுடன்
மதிவாணன்

கண்ணம்மா "நேரில் வந்துவிடாதே" நிறைய காதல் எஞ்சியுள்ளது

விழிகளுக்கு விருந்துபடைத்து
விரல்களை தூக்கிலிட்டாய்
விரல்கள் விழியின் விளிம்பில்
என் உயிரினை உருக்க
என் மனது உன்வசம்
இருந்த தருணங்களில்
சிந்திய நினைவுகளை
சேகரித்தே செலவிடுகிறேன்
என் காலத்தை...

கண்டேன் அவளை!
ஆலஞ் சோலையிலே - குயில்
பாட பாடமெடுத்து கொண்டிருந்தாள்
மழலையின் மனம் போல்
மாசுபடாமல் இருந்தவளை
கண்டு மாசு படிந்தது
என் மனதில்...

கண்ணம்மா "நேரில் வந்துவிடாதே" நிறைய காதல் எஞ்சியுள்ளது

எழுத்தில்லா விழி பேசும்
மொழிக்கு அடிமையானேன்!
வெளிர்மேனி மறைக்கும்
பூஞ்சேலைக்கு எதிரியானேன்!
பூஞ்சேலையை விலக்க துடிக்கும்
தென்றலுக்கு நண்பனானேன்!
மலரில் தேன் எடுக்கும்
வண்டாக மாறத் துடிக்கிறேன்..!

எப்போது வருவாய்
என்று கேட்காமல்
எப்போதாவது வருவாய்
என்ற எண்ணத்தில்
காதலின் காயங்களுடன்
கலங்காமல் காத்திருக்கிறேன்
கன்னியவள் மலர் மனம்
என்றாவது எனக்காக பூக்குமென்று!

கண்ணம்மா "நேரில் வந்துவிடாதே" நிறைய காதல் எஞ்சியுள்ளது

மறக்க வேண்டும் என்று
நினைத்த மனதுதான்
தன்னை மறந்து
உன் பெயரிட்டது கடவுச்சொல்லாக!
மறந்து போகாது மறைந்திருந்து
நினைவுபடுத்திக் கொண்டேயிருக்கும்
உன் நினைவுகளை...

உன் அதரம் உடைத்து
வரும் சொல்லின் ஓசை பட்டால்
நான் மடிந்து கிடக்கும்
கல்லறைக்கும் காதுகள் முளைக்கும்!

கண்ணம்மா "நேரில் வந்துவிடாதே" நிறைய காதல் எஞ்சியுள்ளது

என் முகத்தை
காகிதமென நினைத்து
கண்ணீர் எழுதுகிறது
தினந்தினம் ஒரு புதினம்...

சீண்டினால் துவண்டு போகும்
மென்மையைக் கொண்ட அனிச்சம் மலர்
அதிர்ந்து கொண்டது - நான்
மயங்கிய என்மங்கையின்
மேனியின் மென்மையை பார்த்து...

கண்ணம்மா "நேரில் வந்துவிடாதே" நிறைய காதல் எஞ்சியுள்ளது

உன்னைத் தீண்டி
வெற்றி அடைந்த
தென்றல் என்னை
ஏளனமாய் நகைத்து சென்றது.

திமிர் அழகியே
உன் தோல் சிவப்பையும்
முகத்தின் வனப்பையும்
கண்டு காதல் கொண்டவன் அல்ல
என் எண்ணங்களின் சாயலாக
இருப்பதனால் இதயத்தை அளித்தேன்...

நாம்
எதிரெதிரே
நின்று சண்டையிட்டாலும்
நமது நிழல்கள்
ஒன்றோடு ஒன்று
பிணைந்திருக்கும்.

உன் மீது பட்டால்
உதிர்ந்த மலரும்
உயிர் பெற்றிடும்
உன் சுவாச
காற்று தீண்டினால்
காயும் கனியாகும்
அக் கனியும்
பொறாமை கொள்ளும்
இக்கனியை பார்த்து...

கண்கள் காணும் திசையெங்கும் - உன்
பூ முகத்தின் சாயல்களே
கால்கள் செல்லும் இடமெங்கும் - உன்
காலடிச் சுவடுகளே
காதல் இருந்த இதயமெங்கும் - நீ
விட்டுச்சென்ற காயங்களே!

அலுவலகம் செல்லும்
அவசரத்தில்
ஆசையாய் அள்ளி
கொஞ்ச முடியாமல்
தவித்திருந்தேன்
இவ்விடுமுறையில்
ஆசையை தீர்க்கலாமென
அருகில் சென்றாள்
தள்ளிவிட்டு *quarantine* என்றாள்..!

கண்ணம்மா "நேரில் வந்துவிடாதே" நிறைய காதல் எஞ்சியுள்ளது

காலைப் பொழுதில்
கல்லூரி வாசலில்
கண்கள் கண்டது
கன்னி அவளை
இதயம் அவளிடம்
பேசக் கூற
மூளை அதனை
மறுத்துக் கூற
வாக்குவாதத்தில் வென்றது
இதயம் ஏனெனில்
என் இதயமே அவள் தானே!

உன்னை நினைக்கிறேன்
தூக்கம் மறுக்கிறேன்
மனதில் இருக்கிறாய்
மறைய மறுக்கிறாய்
அதனால் கனவில் அணைக்கிறேன்...

அவள் முதன்முதலில்
என்னிடம் பேசியது
அவள் வெட்கி -என்
முகம் சிவந்தது
அவள் காதலைக் கூற -என்
உடல் சிலிர்த்தது
இவை அனைத்தும் என்னோடு
காதலும் இங்கே மண்ணோடு
என்னவள் மட்டும் என் நினைவோடு
சென்றுவிட்டாள் என் உயிரோடு

கதவு தட்டும் சத்தம்
திறந்து பார்த்தேன்
திகைத்துப் போனேன்
பேச்சு வராமல்
மூச்சு முட்ட
இரு இதழிலும்
தேன் சொட்ட
நெஞ்சு குழியில்
தீ மூட்ட
தரையில் தடுமாறிய கால்களுடன்
நிலை குலைந்து நின்றேன்
தங்கமென மின்னும்
தேகத்தைப் பார்த்து
என் இரு விழிகளும் விழித்திட
நிலையான விழிகளுடன்
'நான்தான்' எனக் கூறி
அறைக்குள் நுழைந்தாய்
மென்மையான கரம் கொண்டு
நெஞ்சில் கைவைத்துத் தள்ளினாய்
சொர்க்கத்தில் வீழ்வதாய்
விழுந்தேன் படுக்கையில்
விழித்துப் பார்த்தேன்
கதவு தட்டும் சத்தம்

கண்ணம்மா "நேரில் வந்துவிடாதே" நிறைய காதல் எஞ்சியுள்ளது

உனைக் காணும் வரம் வேண்டி
உனைச் சேரும் வழி தேடி
உனைத் தீண்டும் தென்றலாய்
உன்னை தொட்டணைக்கும் நாள்வேண்டி
தொடங்கியது
என் கவி பயணம்

என் கரங்கள்
அவள் மீது படர்ந்திட
அவள் விழிகளுக்குள்
நான் விரைந்திட
என் மடியினில்
அவள் சாய்ந்திட
தொட்டணைக்கா நாமும்
தொட்டணைத்திருக்கும் நம் நிழலும்
தென்றலின் தீண்டலால்
சிதறிய ஒற்றை முடி
அதனை இதமாய்
சீர்படுத்தும் என் கைவிரல்கள்
அவள் இதயத்துடிப்பை
என் செவிகள்
கேட்டு செழித்திட
என் மூச்சுக்காற்று
அவள் மீது பட்டு தெறித்திட
தென்றல் அவளை
எழுப்ப முயல
என் கட்டளையின் பேரில்
தன் முயற்சிக்கு
முற்றுப்புள்ளியிட்டது

கண்ணம்மா "நேரில் வந்துவிடாதே" நிறைய காதல் எஞ்சியுள்ளது

அருகில் இருப்பவளே
அழகு கொழித்தவளே
கடைக்கண் பார்வையாலே
நெஞ்சைத் துளைத்தவளே
மனதில் நானிருந்தும்
மௌன மொழி ஏனடி...

உன்னை நினைத்துக்கொண்டு
இயன்றவரை தனித்திருப்பேன்
இயலாத போது இறந்திருப்பேன்

கண்ணம்மா "நேரில் வந்துவிடாதே" நிறைய காதல் எஞ்சியுள்ளது

நீண்ட காலம்
காத்திருந்தும் கலங்காத
என் கண்கள்
கனவில் அவளை
கண்டதும் கலங்கியது

கண்ணம்மா!
உன் கால் தீண்டினால்
அந்த ஆழ் கடலும்
ஒரு கவிதை தீட்டும்

நான் எழுத மறந்த
காதல் கவிதையடி நீ
உன்னை எழுதுவதற்கு
தினமும் ஏங்குகிறேன்
எழுத வார்த்தையின்றி
தேடித் திரிகிறேன்
இருந்தும் கவிதைகள்
ஆயிரம் படைக்கிறேன்
அவை எல்லாம் உன்னை
எழுதுவதற்கு உதவாதவை
எழுத்துக்களை சேகரித்துக்
கொண்டே பயணிக்கிறேன்
என் இதயத்தில்
உனக்காக எழுத
இடத்தை விட்டுவிட்டு எழுதுகிறேன்

ஒரு பார்வை
பாரடி கண்ணே
அந்த பார்வை
என் பாதங்கள்
இணைத்து கட்டும் வரை
விலகாமல் இருக்கும்

கண்ணம்மா "நேரில் வந்துவிடாதே" நிறைய காதல் எஞ்சியுள்ளது

நீ வாடவிட்டுச் சென்ற
காதல் செடியில் இன்று
உன் நினைவால் பூக்கிறது
பல கவிதைப் பூ

நானே ஒரு முரண்
இந்த முரணக்கேற்ற
முரணாய் நீ
கொஞ்சினால் முறைப்பாய்
முறைத்தால் குழந்தையாவாய்
பேசும்போது ஊமையாவாய்
மௌனமானால் பேச்சாளராவாய்
குளிரானால் வெப்பமாகிறாய்
வெப்பமானால் பனிக்கட்டியாகிறாய்
கவிதை கூறினால் காதடைக்கிறாய்
முகம் சுழித்தால் கவிஞனே என்கிறாய்.
ஆனால் அன்பெனும் போது மட்டும் அருவியாகிறாய்..

கண்ணம்மா "நேரில் வந்துவிடாதே" நிறைய காதல் எஞ்சியுள்ளது

எனது மூச்சுக்குழாயில்
உனது சுவாசம்
வந்து போன தடம்
அதுக்கென தனி இடம்
இதை விட வேறு என்ன
தொடர்பு வேண்டும்

மூச்சு முட்ட முத்தமிட்டு
என் மூளையைக் குழப்பிவிட்டு
உறக்கத்தைக் கெடுத்து விட்டு
நிம்மதியாய் உறங்க சென்று விட்டாய்

கண்ணம்மா "நேரில் வந்துவிடாதே" நிறைய காதல் எஞ்சியுள்ளது

அவளுக்கு அடங்காத
ஒற்றை முடி
சரிந்து விழ
அதை அவள் சரி செய்வதில்
சரிந்து விட்டேன் நான்

அவள் காதலை
சொல்ல முயல்வதைக் கண்டு
அவள் கையில் இருந்த மலரும்
காதலுற்றது அவளிடம்

கண்ணம்மா "நேரில் வந்துவிடாதே" நிறைய காதல் எஞ்சியுள்ளது

அவளுக்கு பிடிக்காததை எல்லாம்
நான் செய்தாலும்
எப்போதும் அவளுக்கு பிடித்தவன்
நான் மட்டுமே

கடலை மறைக்கும்
பாய்மரக் கப்பலாய்
நிலவை மறைக்குதடி
கண்ணம்மா! உன் முகம்

கண்ணம்மா "நேரில் வந்துவிடாதே" நிறைய காதல் எஞ்சியுள்ளது

நண்பர்கள் சூழ
ஷேர் ஆட்டோ நெரிசலில்
என் மடியில் வெட்கத்தோடு
நீ அமர்ந்து
நான் வெட்கம் கொண்டேன்

அவளைக்
காணும் போதெல்லாம்
பதட்டம் அடைகிறேன்
காணா விட்டால்
ஏங்கி தவிக்கிறேன்
தொலைவில் இருந்தால்
ரசித்துக் கொள்கிறேன்
அருகில் வந்தால்
ஓடி மறைகிறேன்
ஒருதலை காதலுடன்
காத்துக் கிடக்கிறேன்
நீ ஒரு கணமேனும்
பார்த்து விட்டால்
சிதறி விழுகிறேன்

நான் ஒவ்வொரு
துளி கண்ணீரையும்
வடிக்கிறேன் கவிதையாய்
அதுவும் உனக்காகவே!

நாளெல்லாம் குளித்தாலும்
நானில்லாமல் குளிக்காதே

அமைதியான
கடற்கரை சூழலில்
கடலலை கால்கள்
தீண்டும் தொலைவில்
என் மடியில்
தலை சாய்த்து
சேயாக நீயும்
தாயாக நானும்
உன் தலைகோத
எழில்மிகு இயற்கையும்
எழில்கொஞ்சும் நம் காதலை
சுவாசித்து மகிழும்

நீயா? நிலவா?
வார்த்தையா? மௌனமா?
இரண்டையும் பெற முடியாமல் நான்!
விடியாத பொழுதில்
விழியோரம் ஈரம்
கண்ணீரா? கற்பனையா?
காதலின் காயங்களாக?
அல்லது பாவையின் நினைவுகளா?

மதியின்றி காதல் கொண்டேன்
அளவில்லா காதல் அளித்தேன்
உலகமே நீயென உருகினேன்
உயிரிலே உன் பெயரை எழுதினேன்
வார்த்தையெல்லாம் உன்னையேவைத்தேன்
வாழ்க்கையே உனக்காய் கொடுத்தேன்
ஓர் யுகம் வாழந்து முடித்தேன்
கனவிலே வாழ்ந்து ரசித்தேன்
மனதிலே உன்னை ராணியாக்கினேன்
கற்பனையிலே உன்னை மனைவியாக்கினேன்
நினைவெல்லாம்
உன்னையே வைத்தேன்
நினைவோடு வாழ்ந்துகொள் என்றா...
விட்டுசென்றாய்
நீயில்லா நான்
நீரற்ற ஆறு
நீலவற்ற பூமி

அவள் கோலமிட்டு
எழுந்து நடந்தால்
அவள் அழகை கண்டு
நெலிந்தன கோடுகள்

ஒரே மழை ஒத்த குடை

நீண்டநாள் கழித்து
மயக்கும் மாலைபொழுதில்
ஓர் சந்திப்பு
அவளுடன்,
அவள் கையிலோ
ஓர் குடை
என்மனதோ மழை
வரவேண்டுமென துடித்தது
சட்டென ஒரு
துளி விழுந்தது
எனக்காகவா கடவுளே
என எண்ணுவதற்குள்
மழை பிடித்தது
அவள் கை
குடை விரித்தது
அடடா!
உள்ளுக்குள்ள மனசு
'அழகான மழை
ஒரே ஒரு குடை
அவளும் நானும்'
அப்படின்னு உளறுது
அவள் குடை
பிடித்திருந்த கரத்தை
என் கரம் பற்றிட
மறு கரமோ
அவள் தோல்

கண்ணம்மா "நேரில் வந்துவிடாதே" நிறைய காதல் எஞ்சியுள்ளது

தழுவ சென்றிட

எங்களது பாதங்கள்
ஒரே அளவில்
நடந்து சென்றிட
புன்னகை பூ
பூத்திட
மனம் மழலையாய்
மாறி குடையோரம்
ஒழுகும் நீரையள்ளி
தெளித்திட
செல்லும் தடம்
அறியாமல் கால்கள்
நகர்ந்திட
வேறு நினைவேதும்
இல்லாமல் இருக்க
சட்டென விட்டது
மழை! மற்றுமொரு
மழைக்காக (சந்திப்புக்காக)
காத்திருக்கிறேன்.

மறையும் என
நினைக்கும் போதெல்லாம்
நிரம்பி வழியும்
கடற்கரை நுரைகளாய்
நமது சுவடுகள்

கண்ணம்மா "நேரில் வந்துவிடாதே" நிறைய காதல் எஞ்சியுள்ளது

முத்தத்துக்காக இதழ் தீட்டினேன்
யுத்தம் ஒன்றை நிகழ்த்தி விட்டாய்

உன் காட்டின்
அனிச்சம் மலராக நீ
என் காட்டின்
முட்புதராக நான்
இருவரும் இணைவதற்கு
வழிகள் உண்டோ?

கண்ணம்மா "நேரில் வந்துவிடாதே" நிறைய காதல் எஞ்சியுள்ளது

முல்லைப் பூ
இதயம் கண்டேன்
முள் உள்ளே
இருப்பதை காணவில்லை

இருவருக்கும் இடையில்
முதல் சண்டை
முதலில் யார்
கொடுப்பதென்று
முத்தத்தை...

கண்ணம்மா "நேரில் வந்துவிடாதே" நிறைய காதல் எஞ்சியுள்ளது

கண்ணம்மா!
உன் கூந்தலில்
இருந்து உதிரும்
காய்ந்த மலர் கூட
சிறு கவிதை தானடி ...
எனக்கு

இருள் சேர்க்கும்
அந்தி வானம்
பாவியின் மனம்
பாவையைத் தேடும்
மழை மேகம்
மெல்ல சூழும்
அவள் நினைவுகள்
அழகாய் கூடும்
இடி ஓசை
எட்டுதிக்கும் எச்சரிக்கும்
உதிரமும் அவள்
பெயரை உச்சரிக்கும்
வீசும் காற்றின்
வேகம் கூடும்
காதலின் வலியை
கண்ணீர் பேசும்
பூமியின் தாகத்தை
மழை தீர்க்கும்
எனது சோகத்தை
அவள் குறுஞ்செய்தி போக்கும்

கண்ணம்மா "நேரில் வந்துவிடாதே" நிறைய காதல் எஞ்சியுள்ளது

நீ எத்தனை முறை
வார்த்தைகளால் வெட்டி
கடும் சொற்களால்
கடிந்துரைத்தாலும்
உனக்காகவே வளரும்
நகம் போல
நான்...

நான் உலகம்
மறந்து திரிந்தேன் -நீ
காதலை சொன்னபோது
நான் உலகம்
துறக்கத் துணிந்தேன் -நீ
என்னை வெறுத்தபோது

கண்ணம்மா "நேரில் வந்துவிடாதே" நிறைய காதல் எஞ்சியுள்ளது

நமது விழிகள்
சந்திக்கும்போது
உன்னிடத்தில் வெட்கம்
மௌனமாய் இசை வாசிக்க
உனதிரு கண்களும் நடனமாட
உனதிரு இமைகளும்
கரகோஷம் எழுப்ப
உடம்பில் இருக்கும்
ரத்தம் மொத்தமும்
உன் கன்னத்துக்கு
முத்தம் அளித்து சிவந்திருக்க
இதழ் இரண்டும்
பார்க்காதே எனக்
கூற முற்படுவதை
இமைக்காமல் நான்
பார்த்து ரசிக்க வேண்டும்

காலை படுக்கையில்
கண்விழித்தும் விழிக்காமல்
அரை தூக்கத்தில் நான்
பனி நிறைந்திருக்கும்
திராட்சை போல் நீ
குளித்துவிட்டு வர
அழகிய கார்கூந்தலில்
நீர் துளிகள் சொட்ட
அழகைக் காணும்
ஒரு அழகாக
கண்ணாடி முன்
தலை துவட்ட
வெளிர்மேனி என்
கண்களைக் கூச
உன் கரம்பற்றி
என் மீது இழுக்க
உன் ஒருவிழி முறைக்க
மறுவிழி அணைக்க
ஒரு கரம் தள்ளிவிட
ஒரு கரம் நெருக்கம் தவிர்க்க
ஒரு இதழ் திட்டித்தீர்க்க
மறு இதழ் முத்தம் கொடுக்க
என் விரல்
உன் ஈரக் கூந்தலில்
தாகம் தணிக்க
என் காது மடலில்
முத்தச் சத்தம் எதிரொலிக்க
இவ்வாறான காலைப்பொழுது தான்
பல யுகங்களாக வாழ்கிறேன்
கனவில் உன்னுடன்

கண்ணம்மா "நேரில் வந்துவிடாதே" நிறைய காதல் எஞ்சியுள்ளது

அளவான அழகோடு
அளவில்லா நாணத்தோடு
என் விழி வார்த்தைகளை
உணரும் அவள் விழிகள்

என்னை ஈர்க்கத் துடிக்கும்
அவளது விழிகள்
அவளிடம் சேர துடிக்கும்
எனது இதழ்கள்
இதனை உணர்ந்தும் உணராமல்
இரு மனங்கள்

கண்ணம்மா "நேரில் வந்துவிடாதே" நிறைய காதல் எஞ்சியுள்ளது

கண்ணம்மா!
உன் கவிஞனின்
கற்பனை எல்லாம்
சிறகொடிந்து கிடக்குதடி
உன் பெயரை
மட்டும் உரைக்குதடி

கவி படைத்து
கரைந்து போன
என் மனமென்னும்
காகிதத்தில் என்றும்
கரையாத கவிதையாய் நீ

இருள் நடுங்கும்
என் இரவில்
என்னைக் காண
உலா வரும்
நிலா அவள்

உன்னைப் பற்றி
கவி படைக்க
அந்த நிலவும்
என்னுடன் உறங்காமல்
வெளிச்சம் அளித்து
துணை புரிகிறது

கண்ணம்மா "நேரில் வந்துவிடாதே" நிறைய காதல் எஞ்சியுள்ளது

உன் உருவம்
செதுக்கி செதுக்கி
சிற்பி ஆனதடி
எனது கண்ணீர்

என் விழி விழிக்கும் வரை
உன்னை பற்றிய கனவு
என் விழி மூடும் வரை
என்னைத் தொற்றிய நினைவு

கண்ணம்மா "நேரில் வந்துவிடாதே" நிறைய காதல் எஞ்சியுள்ளது

விழி இரண்டிலும்
காதல் செழித்தவளே
மௌன மொழியாலே
இமைகள் இரண்டும்
அருகில் அழைத்திடுதே
மேனி தொட்டு
தழுவாமலே
இமைகள் தழுவுகிறதே
என் நாணம்
புழுவாய் துடித்ததடி
மனதில் காதல்
சற்று கொழித்ததடி.

காதலைப் பற்றி
என் கண்களுடன்
விவாதம் செய்வாள்
உடல்கள் தீண்டாமல்
இதழ்கள் குவியாமல்
உமிழ்நீர் பறிமாறாமல்
இருவிழி கொண்டு
சத்தமில்லா ஓர்
முத்தம் அளித்து
அவளின் வெட்கத்தையெல்லாம்
எனக்கு அளித்து
பார்த்து ரசிப்பாள்.

பல நாட்கள் பார்க்காததால்
ஆசையைக் கொட்டி தீர்க்காததால்
இன்று பார்த்தவுடன்
பாசம் தாளாமல்
அக்கம் பக்கம் கூட பாராமல்
கட்டித் தழுவி விட்டு
பிறகு சுதாரித்து
சட்டென விலகதுடிக்கும் பெண்மையும்
என் மார்பை விட்டு
விலக விரும்பாத
உனது கூந்தல்
எனது சட்டையில்
சிக்கிக் கொள்ள
வெட்கம் கலந்த
பதட்டத்துடன் அதனை
எடுக்கும் பெண்மையும்
பேரழகு

காதல்
ஒரு சொல்
ஒரு ஓசை
இரு மனம்
சில சண்டைகள்
பல உணர்வுகள்
சிறிய தீண்டல்
பெருங்காமம்
நாம்
அல்லது
நானாகிய நீ
நீயாகிய நான்

கண்ணம்மா "நேரில் வந்துவிடாதே" நிறைய காதல் எஞ்சியுள்ளது

விரல்கள் தீண்டி
உடல்கள் தழுவிக்
கொண்டாலும் தீராத
என் பெருங்காமம்
உனது கண்கள்

நீ வெளிப்படுத்தும்
சுகத்திலும்
நீ வெளிப்படுத்தாத
சோகத்திலும்
கண்ணம் சிவக்கும்
வெட்கத்திலும்
கண்கள் சிவக்கும்
கோவத்திலும்
நீ அறிந்திடாத
உனக்குள் இருக்கும்
மனதிலும் உண்டு
நானும் என் காதலும்

உனது நியாபகமாய்
என்னிடம் எதுவுமே இல்லை
இந்த கவிதைகளை தவிர

இன்றளவும்
எனது காதல்
ஒரு பச்சிளம் குழந்தைதான்
பசி தீர்ந்த பின்பும்
தாயின் அரவணைப்புக்காக
அழுவும் குழந்தையைப் போல
நீ முத்தமளித்து
விட்டுச் செல்லும் போதெல்லாம்
உன் நெருக்கத்திற்காக
குழந்தையாக
நானும் என் காதலும்

கண்ணம்மா "நேரில் வந்துவிடாதே" நிறைய காதல் எஞ்சியுள்ளது

இருள் சூழ்ந்த வானத்தை
அழகாக காட்டும்
நிலவினை போல
அச்சிடாத புத்தகமான
நம் வாழ்க்கையில்
அழகாக அச்சிட்டு
நிரப்பும் கருவி
காதல்
இவ்வுலகில்
எந்த மாற்றம்
நிகழ்ந்தாலும்
மாறாதது
காதலும் அதன் அழகியலும் தான்

உன்னைப் பற்றி
எவ்வளவு எழுதினாலும்
என் எழுத்துப்பசி
தீர்ந்தபாடில்லை
என் எழுத்துக்கள்
ஒன்றுகூட உன்னை
சேரவே இல்லையென
குழம்பினேன்
அதை விழுங்கியது
உன் கண்கள் தான்
என்று அறியாமல்
கைகோர்த்து நடக்க நீ
கட்டி அணைத்து அழவும் நீ
எல்லா உணர்ச்சிகளிலும் நீயே
உன் காதல்
மொழியை அழகாக்க
எந்த கவிஞனும்
இப்புவியில் இல்லை
உன் விழிபேசும் மொழிக்கு
என் தமிழ் அகராதியிலும்
விளக்கம் இல்லை
என் கவிதையின் தொடக்கமும் நீ
இந்த கவிஞனின் முடிவும் நீ
என் முழுமையும் நீயே

அருகில் வா
வெட்கம் தவிர்
கட்டி அணை
இமைகளை மூடு
இதழ் ரேகையை
இதழால் என்னிடு
நாவினால் போர்
தொடுத்திடு
எச்சிலை சுவை
சுவாசத்தை உறிந்திடு
இதயத் துடிப்பைக் கேட்டிடு
அதற்கு பெயர் தான் முத்தமா

கண்ணாடி முன் வெட்கமும்
சம்பந்தமில்லாத போது சிரிப்பும் காதலினால் தானே
நடப்பதற்கு கூட பதற்றம்
வாய் திறந்தாலே பிதற்றும்
மனதினில் என்றும் தீராத
பெரும்போதையாக அவள்

எவ்வளவு காலம்
கடந்தாலும் மறையாது
முதன் முதலில்
முகம் பார்த்தபோது
மனதில் ஏற்பட்ட
அழகான தழும்பு

எந்த திசையில் சென்றாலும்
காயங்களே நிறைந்திருக்க
கண்ணீராலே தினமும்
ஒரு கவி படைக்க
நிற்க போவதில்லை நானும்
என் எழுதுகோலும்

கண்ணம்மா "நேரில் வந்துவிடாதே" நிறைய காதல் எஞ்சியுள்ளது

நான் எழுதி
பிறர் ரசிக்கும்
கவிதைகளுக்கிடையில்
நான் எழுதாமலே
ரசிக்கும் கவிதை அவள்

எனக்குள்
உன் நினைவு
கசிந்து கொண்டேதான்
இருக்கிறது
அதன் விளைவு தான்
இந்த கவிதைகள்

கண்ணம்மா "நேரில் வந்துவிடாதே" நிறைய காதல் எஞ்சியுள்ளது

எத்தனை வரைமுறைகள்
இருப்பினும் அவை
எதிலுமே
அகப்படாதவள் அவள்
கண்ணம்மா!

கலைந்து கிடக்கும்
அவளின் தலைமுடியை
என் விரல்களால்
சரி செய்யும்போது
நிகழும் தொடுதல்
காதலுக்கும் காமத்திற்கும்
இடையிலான ஓர் உணர்வு

சோகத்தின் வாழ்விடமாய்
இருக்கும் என் மனதில்
அவளைப் பற்றிய
சிந்தனை இல்லாமல்
இருந்தால் தான் ஆச்சரியம்
அவளின் நினைவுகள்
மனதை குடைய குடைய
கண்ணீர் ஊற்றெடுக்கும்
நான் நானாய்
இருந்த நாட்கள் அது
அவள் அளித்த
முதல் முத்தம்
நாங்கள் போட்ட
முதல் சண்டை
என நினைக்க நினைக்க
மனம் இறுகி
நினைப்பதை நிறுத்தினாலும்
நினைவை நிறுத்த முடிவதில்லை.

என் காதலின்
முதல் பக்கத்தை வாசித்ததற்கே
மூச்சடைத்துப் போனாயே
இன்னும் வெளிப்படுத்தாத
காதலை எல்லாம்
நீ எதிர்கொள்ள
நேர்ந்தால் என்ன செய்வாய்?
உனக்காக அக்கணமான
காதலை யெல்லாம்
மறைத்து வைத்துள்ளேன்
பிழைத்துப் போ...

(கடல் அலை)
எட்டி பிடிக்கும் தூரத்தில்
எத்தனை முறை
நீ வந்தாலும்
தொட்டுப் பிடிக்க முடியாமல்
சற்றே தொலைவில்
தேங்கி நிற்கும்
தார் சாலை நான்
என் வாழ்நாள்
முழுதும் வெயிலில் வாடினாலும்
என்னால் உன்னிடம் சேரமுடியாது
ஆனால் உன்னால் முடியும்
புயலாக வா...

நான் கவிதை
எழுத முயலும் போதெல்லாம்
ஒரு சிறிய கரும்புள்ளி
என் சிந்தனையை
சீண்டிப் பார்க்கிறது
தன்னை விட
சிறந்த கவிதை
எழுதிவிட முடியுமா என..
அவள் உதட்டோரமிருக்கும்
மச்சம்

அவளிடம்
ஏதேதோ பேச நினைத்து
எதுவும் பேசாமல் நின்றேன்
எங்கிருந்தோ வந்த தென்றல்
என்னை பேச சொல்லி சீண்டியது
கடல் அலை போல் வரும்
கவிதைகளெல்லாம்
அவள் முன் காணாமல் போனது
பயந்து போன வார்த்தைகளெல்லாம்
தொண்டை குழியிலேயே சிதறி ஓட
எஞ்சியிருந்த வார்த்தை மட்டும்
வெட்கத்தால் உடை அணிந்து
அவள் முன் வந்தது
காதலாக...

நான் எழுதும்
கவிதைகளெல்லாம் பிறருக்கு
வெறும் வார்த்தை ஆனால்
எனக்கு மட்டும்
அவளுடன் இருந்த
நாட்களின் மணித்துளிகள்
நான் எழுதும்
வார்த்தைகளெல்லாம் பார்ப்பவர்களுக்கு
கிறுக்கலாக தெரியலாம் ஆனால்
இந்த கிறுக்கனுக்குத் தான்
தெரியும் அவள்
விட்டுச்சென்ற
தன் விளைவுதான் என...

காதல் மட்டுமே போதுமானது
சாதியையும் மதத்தையும் தகர்த்தெறிய
சமூகத்தின் பார்வையில் படாமல் உலாவிக் திரிய
எல்லோரும் இருந்தாலும் யாரும்
இல்லாததைப் போல் பேசிக் திரிய
எவ்வளவு கடினமான சூழ்நிலையானாலும்
புன்னகையுடன் கடந்து செல்ல
வாசலில் மரணமே காத்திருந்தாலும்
அவள் மடியில் படுத்தே உயிர் துறக்க
காதல் மட்டுமே போதுமானது

அவள்
அந்தக் குயில் கூட்டங்களின் குரலில்
அந்த மயில் கூட்டங்களின் அசைவில்
அந்த வண்ணத்துப்பூச்சியின் வண்ணங்களில்
அந்த மின்மினி பூச்சியின் ஒளியில்
சுட்டெரிக்கும் சூரியனின் சூட்டில்
எப்படி படித்தாலும் புரியாத புத்தகத்தில்
எப்படி எழுதினாலும் முடிவு பெறாத கவிதைகளில்
எல்லாம் குடி இருக்கிறாள்
அவள் என் கண்ணம்மா!

உன் உதட்டிற்கு மூக்கிற்கும்
இடையில் தஞ்சம் கொண்டிருக்கும்
அச்சிறிய மச்சம்
நான் பார்க்கும் போதெல்லாம்
வானுக்கும் மண்ணுக்கும் போகும்
இரு புருவங்கள்
எப்போதும் உனக்கு அடங்காமல்
கண்ணம் தொடும் தலைமுடி
உன் முகத்தைப் பார்த்தால்
முதலில் என்னை பார் என்றழைக்கும்
எடுப்பான மூக்கு
என் எண்ணங்களை கவரும்
உன் கன்னங்கள்
எத்தனை முறை பார்த்தாலும்
எப்படியாவது எனை சிறைபிடிக்கும்
உன் கண்கள்
ஒப்பனைகளே இல்லாத என் பேரழகி நீ...

நான் பேருந்தில் ஏறிய மறுகணம்
என்னருகே அமர்ந்தாய்
நான் இறங்க வேண்டிய இடம்
வரும் முந்தைய கணம்
இறங்கி சென்றாய்
இதற்கிடையே
நடந்து முடிந்தது
ஒரு பெரும் பயணம்
வெளியேயும் உள்ளேயும்..

என்னை தீண்டிய தென்றலே
என்னவளை தீண்ட முயற்சிப்பாயா?
என் மனதின் எண்ணங்களை
அவளிடம் கொண்டு சேர்ப்பாயா?
மெல்ல நகரும் மேகமே
கொஞ்சம் வேகமாக தூதுபோவாயா?
என் கவிதைகள் நனையாமல்
அவள் மேல் கொட்டி தீர்ப்பாயா?
உயிரற்ற என் கவிதையெல்லாம்
அவள் படித்ததும் உயிர் பெறுமோ?
சொல்லாத என் காதலையெல்லாம்
அவளிடம் எடுத்துக் கூறுமோ?

அவள்
அதுவாக இருக்கவேண்டும்
இதுவாக இருக்கவேண்டும்
என்றெல்லாம்
ஆசை இல்லை எனக்கு
அவள் அவளாகவே இருக்கவேண்டும்
அதுவே என் ஆசை
என் ஆசைகள்
ஊற்றெடுப்பதும் அவளிடம் தான்
என் ஆசைகளின்
எல்லையும் அவள் தான்
என் ஆசைகள் அனைத்தும்
அவள் மட்டுமே தான்...

கண்ணம்மா "நேரில் வந்துவிடாதே" நிறைய காதல் எஞ்சியுள்ளது

நேரமாகிவிட்டது
செல்கிறேன் எனக்கூறி
ஒரு அடி எடுத்து வைக்கும் முன்
அவளது கரம்
என் சட்டையைப் பிடித்து இழுத்து
அவள் விழிகளால்
விழுங்குவது போல்
ஒரு பார்வை பார்த்து
என் இதழோடு இதழ் பதித்து
இப்போது போ
என கட்டளையிடுவாள்
கண்ணம்மா

எத்தனை நாட்கள்
வந்தாலும் போனாலும்
உன்னை சந்தித்த
நாள் மட்டும்
உயிரோடு உறைந்துள்ளது

கண்ணம்மா
என் மீது கோபப்படு
என்னிடம் கடிந்து கொள்
அப்போது தானே
என்னால் உனக்கு
முத்தமளித்து தலைக்கோதி
சமாதானம் செய்ய முடியும்

கண்ணம்மா
எனக்கு ஆசையென
பெரிதாய் எதுவுமில்லை
உன் கைகோர்த்துக்கொண்டு
நீ பேசும்
மழலை மொழியினை
ரசித்தபடி
கடல் அலை வந்து
நம் கால் உரசும் தொலைவில்
எல்லையில்லா ஒரு பயணம் போதும்...

கண்ணம்மா "நேரில் வந்துவிடாதே" நிறைய காதல் எஞ்சியுள்ளது

இறுதி வரை உடனிருப்பேன்
என சொன்னவளும் நீதான்
இதயம் கிழிந்தாலும் பரவாயில்லை
என சென்றவளும் நீதான்

என்னை மறந்து சென்றவளே
என் காதலை துறந்து சென்றவளே
கேள்...!
அனுதினமும்
உன் நினைவெனும்
விறகால் எரிந்து
கருகிப் போகிறேன்
என் காதலோடு.

பெண்ணே
பிறைநிலவான
உன் நெற்றியில்
முழு நிலவாக
அந்த கருப்பு நிற பொட்டு
சில்வண்டாக சிதறுகிறேன்
என் பார்வை அதிலே பட்டு

ஒரு பொட்டு
அன்பிற்காக ஏங்கும்
இதயம் இது
இருந்த மொத்த அன்பையும்
உன்னிடம் ஒப்படைத்து விட்டு
உன் தலைக்கோதலுக்காக
உன் ஆறுதல் வார்த்தைக்காக
உன் அரவணைப்புக்காக
உன் காதலுக்காக
உனக்காக மட்டும்
காத்திருக்கும் இதயம் இது

உன்னுடன் கைகோர்த்து
நடந்திட வேண்டும்
இம்மாலை பொழுதில்
உன் மலர்முகத்தில்
இதழ்கள் பதிக்க வேண்டும்
உன் சிகை
அலங்காரங்களை களைத்திடாமல்
அதனுள் தொலைந்திட வேண்டும்
உன் பின்னங்கழுத்தில்
என் நகம் பட்டுவிடாமல்
சிறிய வருடல் வேண்டும்
இந்த நேரம்
உன்னை தவிர
வேறெதுவும் வேண்டாம்

உன்னைப் பிரிவதை
என்னால்
நினைத்து கூட
பார்க்க முடியாது
ஏனெனில்
நான் என்பதின்
விளக்கமே நீதான்!

இரவில் மிளிரும்
நட்சத்திரங்கள் எத்தனையோ?
அத்தனையானது
உன் மீதான சிந்தனை

உலகில் துடிக்கும்
இதயங்கள் எத்தனையோ?
அத்தனையானது
உன் மீதான சிந்தனை

அந்த நீலக்கடலின்
ஆழம் தான் எவ்வளவோ?
அதுக்கும் மேலானது
உன் மீதான ஆசை

என் ஆசைகளின்
உச்சம் நீ.....

சிறிதாய் உறக்கம் கலைய
மெதுவாய் இமைகள் திறந்து
பார்க்கிறேன்
அழகான ஓவியம்
உதட்டோரம் சிறு
புன்னகையோடு
ஈர கூந்தலை
துவட்டிய படி
நின்றுகொண்டிருந்தாள்
இதைவிட
வேறென்ன வேண்டும்
அவள் அழகில்
நான் மீண்டும் மீண்டும்
விழுவதற்கு.!

என் கால்களோ தடுமாற
என் மனமும் சேர்ந்தாட
வார்த்தைகள் எல்லாம்
வானோடு தொலைந்துபோக
செவிகளிரண்டும் உன்
ஓசையை நோக்கி
காற்றில் அலைந்திட
என் நிழல் கூட
எதையோ தேடிக்கொண்டிருக்க
அப்போது தோன்றியது
என் தனிமையில்
எப்போதும்
நீயும் இருப்பாய் என...

என் உள்ளம் கவர்ந்தவளே
ஒவ்வொரு நாளும்
என்னை காதலாலே
கட்டி இழுக்கிறாயே
உன் சிரிப்பினாலே
சுக்குநூறாய் உடைக்கிறாயே
உன் பார்வையாலே
கடித்து விழுங்குகிறாயே
இன்னுமா
உன் காதல்
பசி ஆறவில்லை...

உன் நினைவுகள்
இல்லாமல்
இந்த நாள்
முடிவதில்
என்ன பயன்?

உறக்கமற்று கிடக்கும்
நடுநிசி வேளைகளில்
உன் நினைவுகளின்
அரவணைப்பில்
அமைதியடைகிறேன்

நம் முத்தத்தில்
எழுந்த சத்தம்
நான் எழுதாத
கவிதையின் உச்சம்!

எந்த கட்டுப்பாடுமின்றி
என் உணர்வுகளுக்குள்
உரசிச் சென்றாயோ
ஊடுறுவி சென்றாயோ
எனக்குள் முழுதாய்
உன்னையே
நிரப்பி சென்றுவிட்டாய்...

கண்ணம்மா
எனக்கு ஆசையென
பெரிதாய் எதுவுமில்லை
என் தோல்
சுருங்கும் நேரத்திலும்
உன் தோள்
உரசி நடக்க வேண்டும்
முதுமை வந்து விட்டதென
முதுகெலும்பு சுட்டிக் காட்டும்போதும்
எனக்கான உனது
ஆசை முத்தங்கள் குறையாமல் வேண்டும்
போதுமா என்று கேட்காதே
கடைசியாக ஒன்றே ஒன்று
உன்னை உயிரற்று பார்க்க
என் காதலுக்கு துணிவில்லை
அதனால் உனக்கு முன்
நான் உயிர் துறந்திட வேண்டும்
அவ்வளவே என் ஆசை...

www.ingramcontent.com/pod-product-compliance
Lightning Source LLC
LaVergne TN
LVHW010820051026
849532LV00007B/2587